ĐẦM TỎA SÁNG

Nguyễn Hapu

bí quyết để bạn tự tin tỏa sáng dù bạn
đang ngồi ngoài trong tuyệt vọng

DÁM TỎA SÁNG

Hiền Hapu

5 Bí quyết để bạn tự tin tỏa sáng dù bạn đang ngắc ngoải trong tuyệt vọng

Phiên bản 09092024v12

Mục lục

Đôi nét về tác giả

Hiền Hapu
Nguyễn Thị Hiền

Từng bị bạn bè bắt nạt khi còn là học sinh. Khi đi làm bị sếp coi thường, khinh ra mặt. Cô tự ti, mặc cảm, ngại giao tiếp và không dám ngẩng mặt lên nhìn mọi người.

Sau đó cô đã "lột xác" thành một người giao tiếp tự tin, nói chuyện duyên dáng, sẵn sàng đứng trước máy quay chia sẻ quan điểm của mình.

Hiền Hapu tin rằng: "Không quan trọng bạn là than đá hay kim cương, chỉ cần bạn tin tưởng vào bản thân, chủ động thay đổi, hành động quyết liệt, bạn hoàn toàn có thể tỏa sáng theo cách của riêng mình."

Lối vào "phá băng"

Tôi vẫn còn nhớ mãi những tháng năm đen tối tủi nhục...

Sau gần 2 năm thất nghiệp, tôi vào thử việc tại xưởng sản xuất tôn, tôi hào hứng học hỏi về các loại tôn và nỗ lực hết sức để theo kịp công việc. Ngày 06/05/2014 là ngày đi làm thứ hai.

Tôi hớt hơ hớt hải rảo bước thật nhanh để tránh cái nắng gắt đầu tháng Năm, vừa đi vừa thở hổn hển. Từ dưới xưởng đi lên văn phòng có hơn 300 mét mà tôi cảm tưởng như 3km. Có lẽ do tôi lười vận động ngoài trời nên mới đi ra nắng có mấy phút mà khi vào trong nhà đã thấy đầy sao bay quanh khắp đầu.

Tôi lách người bước qua cánh cửa kính để vào trong văn phòng. Tôi vừa mới ngồi xuống bàn làm việc, đang ngồi thở phì phò thì nghe thấy có tiếng bước chân từ trong nhà đi ra. Một bóng đen từ từ xuất hiện in hằn lên mặt bàn. Đó là cái bóng thấp tè và hơi mũm mĩm của cô giám đốc công ty. Cô bước ra, lướt nhìn tôi từ đầu tới chân với ánh nhìn sắc lẹm y như con diều hâu đang chăm chú quan sát con mồi.

Nhìn bộ dạng thoi thóp như con cá mắc cạn của tôi, cô lắc đầu thở dài ngao ngán. Cô cất giọng oang oang, tiếng âm vang khắp căn phòng nhỏ. "Yếu như cháu thì không làm gì được mà ăn đâu." Cô dừng lại vài giây rồi tiếp tục. "Ai lấy phải cháu về thì chỉ để làm cảnh thôi."

Giọng cô đã chuyển sang chế độ miệt thị coi thường từ lúc nào. Ánh nhìn đầy khinh bỉ loé lên nhìn thẳng vào tôi như muốn nói *"người gì mà mỏng manh như tờ giấy! Mà với cái kiểu yếu nhớt, ăn không lên đọi, nói không lên lời, dẫm phải gai mồng tơi cũng kêu đau như cháu có khi làm cảnh cũng không xong ấy chứ! Ai mà kết hôn với cháu đúng là xui tận mạng cả lò nhà nó."*

Hai câu nói ngắn gọn, chắc nịch ấy y hệt như con dao lam sắc lạnh cứa vào tim tôi làm nó đau điếng, còn tôi sững sờ. Có lẽ vì quá bất ngờ, choáng váng mà tôi không kịp phản ứng, ngồi im bất động với khuôn mặt thẫn thờ.

Chị kế toán ngồi bên cạnh không nói gì, quay sang nhìn tôi với ánh mắt ái ngại bày tỏ vẻ đồng tình với cô giám đốc, *"Đúng là nhìn em gầy xanh ốm yếu thật! Chị đã gầy rồi, em còn gầy hơn!"*

Sau đó cô quay sang nói thẳng với bố tôi: "Nhìn cháu yếu quá! Em không nhận cháu vào làm việc ở đây đâu. Anh thứ lỗi và thông cảm cho."

Bố ngồi thừ người ra không biết phải nói gì cho đỡ ngượng trước lời từ chối thẳng thừng đó. Ông đưa ánh mắt đầy thất vọng nhìn sang tôi như muốn nói: *"Con làm bố ngượng chín mặt rồi! Đúng là 'chó gầy hổ mắt người nuôi' mà, thật mất mặt quá thôi!"*

Một sự im lặng khó chịu bao trùm lấy cả bốn người, tiếng quạt chạy ro ro phá vỡ bầu không khí nặng nề.

Như hiểu rõ được sự bối rối của bố, cô vẫn giữ vẻ mặt khinh khỉnh quay sang nói giọng khuyên nhủ *"vuốt đuôi"* với tôi: "Cháu chịu khó đi tìm công việc khác phù hợp với sức khỏe của mình nhé!"

Một câu nói phũ phàng kết thúc mọi hy vọng của tôi. Cánh cửa việc làm vừa mới mở he hé mở đã đóng sầm ngay trước mắt khiến tôi buồn não nề.

Cuộc nói chuyện kết thúc tại đây, hai bố con thất thểu bước ra lán xe, lấy mũ bảo hiểm từ cốp xe ra, đội lên đầu rồi ra về như quân bại trận. Tôi thấy day dứt dằn vặt vì để bố phải chịu cảnh bị coi thường như vậy. Tôi tủi nhục nghĩ: *"Mình thật vô dụng, có mỗi việc đi làm thôi mà cũng làm không ra hồn để khiến bố phải chịu nhục nhã xấu hổ."*

Lúc hai bố con ra về trời đã nhập nhoạng tối, hơi nóng bốc lên từ dưới mặt đất khiến cho không khí càng thêm nặng nề, ngột ngạt. Những cơn gió nồng thổi qua như đổ thêm dầu vào đống lửa đang cháy bùng.

Nửa quãng đường về không ai nói với ai lời nào. Cái im lặng từ màn đêm tĩnh mịch đang buông xuống kết hợp với sự bẽ bàng vẫn còn vương vấn trong suy nghĩ của cả hai bố con làm mọi thứ càng u ám hơn.

"Con đừng buồn, thua keo này ta bày keo khác!" Tiếng bố nói cắt ngang dòng suy nghĩ, phá tan sự im lặng và kéo tôi về thực tại.

"Cô ta khinh con ra mặt đấy!" Giọng bố chuyển dần từ an ủi sang bực tức. "Con phải thấy đó là nỗi nhục để mà cố gắng thay đổi, đừng để người ta coi thường mình con à!"

Tôi không đáp lời bố, trong đầu thầm nghĩ: *Sao số mình nhọ thế nhỉ? Nhìn mặt mình trắng trẻo vậy mà sao số phận đen đủi xui xẻo quá vậy? Hồi bé suýt nữa thì mù chữ. Đi học bị bắt nạt từ cấp 1 lên đến cấp hai. Tốt nghiệp loại ưu mà thất nghiệp hẩm hiu dài dài. Đi thi công chức thiếu 2 điểm nữa thì đỗ. Nếu có con cừu đen nào phải chịu số phận đen đủi truyền kiếp cho loài cừu thì mình chính là con cừu đen đó.*

Sau đó sức khỏe tôi gặp nhiều vấn đề. Những cơn đau đầu chóng mặt, khó thở, ù tai kéo đến mỗi sáng, theo tôi đến tối mịt nên tôi chẳng thể nào vui vẻ được. Khuôn mặt lúc nào cũng nhăn nhó cau có y hệt quả táo tàu. Nhưng thực sự cơn đau mỏi về thể xác chưa là gì so với áp lực về tinh thần.

"Con làm mẹ không ngẩng đầu lên nổi!" Lời mẹ nói làm tôi đau khổ đến tột cùng vì tình trạng yếu nhớt của mình không chỉ khiến bản thân khổ sở mà còn ảnh hưởng đến người khác.

Thất nghiệp, sức khoẻ yếu ớt, tổn thương về tinh thần. Tất cả như lốc xoáy cuốn tôi vào dòng nước chảy xiết của nó. Cảm giác ngột ngạt, chán ghét chính mình quấn chặt lấy tâm trí tôi. Tôi như người say rượu lết từng bước chân lên bậc thang cao chót vót, ngồi vắt vẻo trên khung cửa sổ tầng năm, ngao ngán nhìn xuống đường và trong một giây phút yếu lòng tôi đã định nhảy xuống.

Người truyền lửa, truyền cảm hứng

Vào khoảnh khắc tôi hoàn thành bài nói phá băng ngày 10/05/2024, cả phòng Zoom im lặng sững sờ, những giọt nước mắt đã rơi trên khóe mi của nhiều người.

Văn Tươi: "Một chia sẻ, bài nói cảm động. Chúc mừng chị đã vượt qua chính mình, tiếp tục chặng đường vượt qua những thử thách trong cuộc sống."

Tôi nhìn thấy mắt chị Diễm Phúc đỏ hoe, cảm giác xúc động khiến chị dừng lại vài giây trước khi cất tiếng nói báo cáo thời gian cho các bài nói được chuẩn bị.

Trong khung chat bùng nổ những tràng pháo tim, những lời động viên ấm áp. "Chúc mừng chị đã vượt qua chính mình!"

Thanh Vân: "Trước tiên tôi thấy thật sự ấn tượng bài nói của bạn và thật sự xúc động. Bạn đã lấy được nước mắt của tôi. Bởi vì bạn đã truyền lửa, truyền cảm hứng cho rất nhiều người, bạn hãy tự tin vì điều đó nên đoạn cuối cùng bạn có thể nhấn mạnh hơn. "Hôm nay tôi đã đến đây, đã dám ở đây, đã thay đổi cuộc đời mình để mọi thứ sẵn sàng bước một trang mới, tốt đẹp hơn. Tôi làm được, bạn cũng phải làm được. Bạn sẽ làm được, bạn làm được tốt hơn tôi. Chúc bạn thành công!" Hãy mạnh mẽ như thế!"

Khiêm Phạm: "Bài nói của bạn đã chạm đến trái tim của tôi."

Hưởng Nguyễn: "Hưởng dành 2 trái tim yêu thương cho anh Hoàng và chị Hiền, 1 trái tim yêu thương cho bài nhận xét của chị Vân. Chị Vân hôm nay không biết vô tình hay cố ý mà em mời được chị đến đây, gặp được chị Hiền và 2 bài đó nó match với nhau, em cảm giác nó rất là cảm xúc. Và lâu lắm rồi mình mới có được cảm giác đó, rất là vui!"

Phương susu: "Hôm nay Hiền đã phá đi rất nhiều băng giá trong trái tim của chúng ta, và đã khiến chúng ta rất là ấm lòng, đã truyền lửa cho chúng ta. Tuyệt vời!"

Đó là vài lời cảm nhận của những thành viên tham dự trực tiếp.

Dư âm của bài nói vẫn còn đọng lại trên Facebook khi tôi đăng lên bức hình ghi nhận đã hoàn thành bài nói phá băng kèm dòng chữ "Một tôi mới: Tự tin, Dũng cảm, Hạnh Phúc" và nhận về những phản hồi ngọt ngào hơn mía lùi.

● Hương Ly: "Em thấy bài nói của chị thực sự tuyệt vời lắm rồi ạ, dạt dào cảm xúc, và chạm vào đúng tim người nghe. Như cô Vân chia sẻ, phần cuối mình thêm 1 cái thông điệp mạnh mẽ, hùng hồn như cách mà chị vượt qua thử thách trong suốt thời gian qua đó. Vậy là perfect ạ. ● Bước đầu như vậy là quá giỏi rồi, việc tiếp theo là phải duy trì thực hành liên tục thì sẽ tiến bộ rất rất nhanh thôi ạ."

Trúc Lê: "Chúc mừng em đã thoát khỏi những ám ảnh quá khứ để là một tôi mới tỏa sáng ^^."

Trái tim tan chảy

Tôi cũng mạnh dạn thử thách bản thân khi tham gia đăng video clip ngắn trong 30 ngày và nhận được những bình luận và lời động viên khiến trái tim tan chảy.

Hoa Hoet: "Cảm ơn những chia sẻ của em nhé! Mong em sẽ truyền được ngọn lửa yêu thương, tính cách nồng hậu và tốt bụng của em tới con gái em! Mong hai mẹ con yên vui lớn lên bên nhau và cùng nhau có những giây phút học hỏi trải nghiệm đáng quý!"

Việt Thuỳ Giang: "Chị thấy em rất kiên trì làm video đều đặn mỗi ngày. Em có thể không kể về chuyện của em mà chuyện người khác cũng được. Nội dung dài ra một chút, muốn nghe em nói dài hơn chút nữa."

Ngoài ra, tôi còn được là thành viên của tổ chức giáo dục quốc tế mang tên Toastmasters International (gọi vui là *"Bánh Mì Nướng"* ngon lành) và ngôi nhà ấm áp mang tên VITA Toastmasters - một nơi an toàn, tích cực để học tập, rèn luyện kỹ năng giao tiếp và lãnh đạo. Ở đó tôi tự học theo giáo trình quốc tế, có đồng đội hỗ trợ, nâng đỡ để cùng nhau rèn ngôn ngữ, rèn tư duy, rèn thói quen và thay đổi cuộc đời.

Tôi đã tìm được những người bạn cùng chí hướng trong cộng đồng, xây dựng những mối quan hệ chất lượng với những người tràn đầy nhiệt huyết và tích cực.

Bạn có tò mò điều gì đã thay đổi tôi không? Đó chính là lý do tôi viết cuốn sách này.

Ngày 19/09/2022 tôi đón con gái chào đời trong sự ngỡ ngàng, không kịp chuẩn bị vì tôi bị vỡ ối và phải nhập viện gấp.

Vào khoảnh khắc con gái chào đời 23:45, đứng trước lằn ranh sinh tử tôi cảm thấy được sự tự tin, mạnh mẽ thoát ra từ con người yếu đuối mà tôi vẫn thấy trước đó. Giống như con bướm muốn thoát ra ngoài phải dùng hết sức để phá vỡ chiếc kén, tôi như được sinh ra thêm một lần nữa.

Cảm nhận đó không phải chỉ của riêng tôi mà những người khác có mặt ở bệnh viện lúc đó cũng có nhận xét tương tự. Họ thấy trong mỗi bước đi phăng phăng của tôi toát ra sự tự tin, mạnh mẽ, kiên cường. Chính tôi cũng cảm thấy sao hôm nay mình khác thế? Hình như mình đã trở thành một người khác? Hay đây mới đúng là 'con *người thật*' của mình nhỉ?

Tôi thầm nghĩ: *"Con người cũng giống như viên than đá, đều phải chịu áp lực để trở nên mạnh mẽ và tỏa sáng lấp lánh vẻ đẹp riêng của nó. Chỉ khi đối diện với nỗi sợ, vượt qua nó ta mới thấy được sự mạnh mẽ toát ra từ bên trong mình."*

Ngày 01/08/2024 trong buổi học bàn về chủ đề viết sách ebook thực chiến 30 ngày nhóm thảo luận về một điều gì đó đã thay đổi và tạo nên tôi của hiện tại, câu chuyện bị coi thường ngày xưa ùa về, tôi kể câu chuyện đó và em gái trong nhóm đã rất ngạc nhiên và ánh mắt đầy ngưỡng mộ về tôi của hiện tại. Đúng là tôi cũng tự thấy mình thay đổi nhiều thật.

Ngày 02/08/2024 tôi hoàn thành cấp độ 1, lộ trình rèn luyện "Làm chủ thuyết trình" (Presentation Mastery) tại Toastmasters. Kết thúc cấp độ 1 *biến* tôi từ một người ú ớ không biết nói gì cho hết 30 giây thành một người nói lưu loát, có mục đích, viết bài có thông điệp, sử dụng ngôn ngữ cơ thể sinh động, có thể chia sẻ câu chuyện một cách rõ ràng, mạch lạc.

Nhìn lại sự tiến bộ của mình qua từng buổi sinh hoạt tại câu lạc bộ, trong tôi có một sự thôi thúc lớn lao: *"Hiền phải làm một điều gì đó để chia sẻ, ghi nhận và lan tỏa hành trình đặc biệt này."* Đó chính là ý tưởng khai sinh ra cuốn sách này.

Sách sẽ giúp bạn thế nào?

Thông qua hành trình chuyển hóa của chính mình từ viên than đá nhút nhát trở thành viên than đen sáng rực khí chất; tôi nhận ra bên trong mỗi người luôn ẩn chứa sự tự tin mạnh mẽ nhưng nó đã bị nỗi sợ lấn át khiến càng ngày càng chìm nghỉm trong biển tự ti.

"Ngọc có mài mới sáng". Từ viên đá mộc mạc, thô sơ ban đầu qua sự gọt rũa, tôi luyện, chịu áp lực theo thời gian mới trở nên sắc sảo, tỏa sáng vẻ đẹp của riêng mình. Chỉ khi nhận diện được nỗi sợ ẩn sâu bên trong, đối diện, đồng hành và vượt qua

nó ta mới đánh thức được sự mạnh mẽ đang ngủ yên bấy lâu.

Cuốn sách là hành trình chuyển hoá từ một người vô cùng nhút nhát thành một người tự tin đứng trước máy quay chia sẻ quan điểm của mình, gồm 5 bí quyết:

Bí quyết #1 giúp bạn hiểu được niềm tin lớn nhất giúp bạn gieo mầm hạt giống tự tin bên trong mình đó là: tin tưởng vào bản thân, tin rằng mình làm được.

Bí quyết #2 giúp bạn nhận ra sự thay đổi cốt yếu thường xuất phát từ bên trong mình. Khi bạn biết mình thực sự muốn làm điều gì đó và bắt tay vào hành động thì "Cửa sẽ mở, cơ hội sẽ đến".

Bí quyết #3 giúp bạn có trong tay tấm bản đồ rõ ràng, chỉ rõ lộ trình từng bước để bạn nhìn thấy bức tranh toàn cảnh và con đường đi.

Bí quyết #4 giúp bạn biết nhìn lại xem mình đã làm tốt những gì, còn thiếu những gì và điều bạn có thể làm tốt hơn nữa.

Bí quyết #5 giúp bạn nhanh chóng xây dựng một thói quen mới dễ dàng, đơn giản gắn liền với thói quen cũ đã có.

Lưu ý khi đọc sách

Hãy hình dung mỗi chương sách, giống như một cuộc trò chuyện giữa chúng ta, ở một góc nhỏ trong quán Café Sách ấm áp, yên tĩnh, bên ly cafe toả hương thơm ngát, phía bên ngoài là giàn hoa giấy rực rỡ bên ngoài.

Vì thế, sau chương này, bạn có thể đọc bất cứ phần nào bạn thích hoặc đơn giản là đọc từ đầu đến cuối.

Điều quan trọng nhất là bạn áp dụng ngay những gì bạn hiểu được, tôi tin rằng bạn đã gieo xuống những hạt giống của sự tự tin, việc thực hành hàng ngày giống như bạn tưới nước và chăm sóc cây, điều này sẽ giúp "Cây Tự Tin" trong bạn nảy mầm, đâm chồi, nảy lộc, nở hoa và kết trái. Áp dụng những phản hồi bạn nhận được vào cải thiện bạn sẽ cảm nhận sự thay đổi sau từng tuần, từng tháng, và sau 3-6 tháng bạn có thể sẽ "lột xác" thành một người khác.

Bí quyết #1 Tin vào chính mình

Ngày bé tôi rụt rè nhút nhát như con ốc sên. Tôi sợ đủ thứ, có khi nhìn lên quần áo đang treo phấp phới trong gió tôi hoảng hồn co rúm người lại vì nghĩ đó là mẹ về. Vì suốt ngày bị mấy đứa hàng xóm bắt nạt nên tôi ao ước được mạnh dạn *hổ báo* như chúng nó dù chỉ một lần.

Năm 9 tuổi, tôi và em trai cùng nhau chơi trò "Công chúa ngủ trong rừng", mỗi đứa đeo một vòng hoa bằng dây bìm bịp trên đầu và tay cầm theo 1 que đóm châm lửa đốt giả làm ngọn đuốc lò dò đi vào trong phòng.

Mẹ từ ngoài cửa bước vào nhìn thấy cảnh đó liền quát "Hai đứa đang nghịch trò gì vậy?" Nói xong mẹ chạy xộc tới chỗ chúng tôi, tay giật lấy chiếc vòng hoa trên đầu và ném vứt đi. Mẹ nhìn tôi với ánh mắt rất giận dữ và khuôn mặt hầm hầm đáng sợ, như thể tôi vừa lấy trộm món đồ quý giá của mẹ vậy.

Tôi nghĩ có thể mẹ nghĩ chúng tôi đang đội vòng hoa trắng và tay như đang cầm nén hương nên mẹ mới mắng xối xả như vậy. Tôi sững sờ, sợ hãi như con sên rụt hẳn đầu vào trong vỏ khi bị kẻ thù tấn công, không dám khóc. Ánh mắt giận dữ đó của mẹ ám ảnh tôi mãi về sau này.

Còn rất nhiều lần bị mẹ mắng vì tội ăn vụng bánh kẹo mẹ cất trong vại gạo. Mỗi lần như vậy khiến tôi ngày càng tự ti, không dám thể hiện mình. Tôi không dám cãi lời bố mẹ, cứ cun cút nghe lời như con cún con.

Nỗi sợ này theo tôi dai dẳng từ thuở ấu thơ đến khi học đại học khiến tôi càng ngày càng thu mình lại. Đỉnh điểm của nỗi sợ là khi tôi nhận kết quả *tệ hại* trong năm học đầu tiên: điểm trung bình chung cả năm đạt 2.22/4.

Khi về nhà tôi có một cuộc nói chuyện căng thẳng với bố.

"Kỳ này học hành kết quả thế nào con?" Tiếng bố cất lên và đưa mắt về phía tôi khi tôi vừa ngồi xuống ghế.

"Dạ." Tôi ngập ngừng, lí nhí đáp, "chắc kỳ này cũng trung bình ạ."

"Con học hành thế nào thế?" Bố nói mà như quát, "1 năm học trong những điều kiện không thể nào tốt hơn, thế mà kết quả lại chẳng ra gì..."

Tôi bật khóc, thấy xấu hổ và không dám đối diện với bố, không phải vì bố nói dữ quá mà vì cảm thấy ân hận về những gì đã xảy ra. Tôi học hành bết bát, thi trượt đại học, đi học nguyện vọng 3 trong tình trạng đỗ vớt tại một ngôi trường ở nơi *khỉ không dám ho, cò không dám gáy* với mức học phí cao ngất ngưởng. Đã vậy lại còn cãi lời bố để cố theo học bằng được và nhận kết quả thảm hại. Tôi không biết được cuộc đời mình sẽ đi về đâu nếu tôi cứ tiếp tục như thế?

Đến đầu năm thứ hai đại học có một sự kiện đã thay đổi cuộc đời tôi.

Trong buổi gặp mặt đầu năm của lớp kế toán, nếu ở đó cùng tôi bạn sẽ thấy cô Trinh chủ nhiệm lớp đang đứng trên bục giảng, phía dưới sinh viên im phăng phắc lắng nghe từng lời cô nói.

"Khoa kế toán cần một bạn xung phong làm lớp trưởng phụ trách lớp." Cô dừng lại một chút, đưa ánh mắt nhìn quanh lớp rồi tiếp tục. "Lớp trưởng sẽ là cầu nối thông tin giữa lớp và khoa. Nếu không có ai xung phong thì cô sẽ chỉ định ngẫu nhiên."

Cô ngưng một vài phút chờ đợi một bạn nào đó xung phong. Không gian tĩnh lặng bao trùm khắp phòng, những khuôn mặt trầm ngâm suy tư.

Nhiều ánh mắt đổ dồn về tôi như kêu cứu: *"Hiền ơi, Hiền xung phong làm lớp trưởng đi!"*

Trong tôi có một tiếng nói thôi thúc, *"giơ tay lên xung phong đi!"*

Một tiếng nói khác ngăn cản: *"an phận thường dân đi, bày đặt lớp với cả trưởng làm gì?"*

Tôi đang còn phân vân không biết nên giơ tay hay không thì bắt gặp ánh mắt đầy tin tưởng của cô đang chăm chú nhìn tôi như muốn nói *"Cô chắc chắn em làm được. Em thử sức với vai trò này nhé!"*

Ánh mắt khích lệ đó đã gieo vào trong tim tôi một niềm khao khát thể hiện tinh thần trách nhiệm của mình. Tôi giơ cánh tay lên xung phong.

Cô mỉm cười hiền hậu, mời tôi đứng dậy giới thiệu bản thân với cả lớp.

Tôi đứng dậy, cảm thấy hai tai nóng bừng, khuôn mặt thể hiện rất nhiều cảm xúc: vừa thẹn thùng xấu hổ, vừa kiêu hãnh tự tin. Chính tôi cũng cảm thấy bản thân mình sao hôm nay lại khó hiểu như thế? Nhưng thực sự đó là khoảnh khắc chứng kiến một bước tiến ngoạn mục trong suy nghĩ và hành động của tôi.

Từ giây phút tôi mở lòng và nhận trách nhiệm về mình, tôi đã nhận được sự quan tâm, quý mến của cô chủ nhiệm và chính sự quan tâm chân thành đó đã xây dựng trong tôi sự tự tin lên rất nhiều. Bằng sự nỗ lực của mình tôi đã dành học bổng những kỳ học tiếp theo và tốt nghiệp loại Giỏi.

Sau này tôi nhận ra rằng chính tại thời điểm đó tôi đã gieo xuống trong mình một hạt mầm, một niềm tin rằng: tôi có thể thay đổi, tôi có thể trở nên tự tin hơn, tôi có thể tin tưởng vào chính mình để làm được những điều mà tôi mong muốn. Tôi đã sẵn sàng để bước chân ra khỏi vùng an toàn của mình và đối diện với những nỗi sợ, làm bạn với nó và sống chung với nó mỗi ngày.

Bạn thân mến, có thể bạn cũng như tôi, bị lấn át bởi quá nhiều nỗi sợ. Tôi tin rằng bất kỳ ai cũng có thể vượt qua nỗi sợ và xây dựng sự tự tin, ai cũng có khả năng thay đổi và phát triển cá nhân, miễn là họ có đủ quyết tâm và sẵn sàng đối diện với những thách thức trong cuộc sống.

Bí quyết #2 Chọn Điều Mình Muốn, Hành Động Mở Đường

Đã bao giờ cảm thấy bức bối khó chịu khi phải chôn chân trong bốn bức tường từ ngày này qua ngày khác?

"Em xem công việc như thế nào, không làm được thì báo công ty xin nghỉ..." chồng tôi nhắn tin khi biết tôi có bầu.

Cuối năm 2020, tôi đã từng trải qua nỗi đau mất mát khi bị lưu thai. Khó khăn lắm tôi mới có bầu trở lại, và nỗi sợ "thai lưu quen dạ" luôn nhắc nhở tôi phải cẩn trọng giữ gìn.

Tôi bắt đầu chuỗi ngày ở nhà dưỡng thai từ cuối tháng 2/2022. Lúc đó, tôi vẫn ở Nhật Bản, và những ngày buồn da diết vì phải quanh quẩn mãi trong nhà khiến tôi không thể nào không suy nghĩ về công việc và đam mê của mình. Chỉ khi ra ngoài mua đồ ăn hoặc ra ruộng rau, tôi mới tạm quên đi những suy tư này.

Khi trở về Việt Nam, mang bầu ở tháng thứ 5, tôi bắt đầu thấy chán nản khi quanh quẩn ở nhà suốt ngày và muốn đi làm để giảm bớt cảm giác buồn bực, tay chân dư thừa.

"Em muốn lên công ty làm việc ở phòng bồi thường anh ạ."

"Anh không đồng ý!" Chồng tôi nhấn mạnh. "Anh thừa biết tính em. Em mà đi làm thì lại bỏ bê sức khỏe cho mà xem."

Câu nói của chồng đã đâm trúng *tim đen* của tôi. Anh nói đúng, "Học tập mê say, làm việc say mê" là cụm từ miêu tả chính xác nhất cho tinh thần của tôi. Tính tôi vốn tham công tiếc việc, khi thấy hồ sơ giấy tờ ngổn ngang, tôi sẽ lao ngay vào để giải quyết cho xong xuôi rồi mới nghĩ đến những thứ khác. Nhiều khi mải làm quá mà quên cả ăn nhẹ, uống nước, đi vệ sinh,... nên điều anh lo lắng cũng dễ hiểu.

"Em ở nhà nghỉ ngơi tĩnh dưỡng, giữ gìn sức khỏe. Còn chơi với cháu nữa!" Anh chốt lại vấn đề một cách chắc nịch khiến tôi không còn lý lẽ gì để phản đối. "Mình không nói lại chuyện này nữa!"

Không còn cách nào khác, tôi ngậm ngùi "xuôi chèo mát mái" theo quyết định của anh.

Con chào đời, tôi bước vào một công việc mới: làm mẹ toàn thời gian. Công việc chăm sóc em bé chiếm trọn sự chú ý của tôi cả ngày lẫn đêm. Thế nhưng, trong lòng tôi vẫn âm ỉ một ngọn lửa, khao khát được làm một điều gì đó cho bản thân. Có thể là đi làm, hoặc một điều gì đó để thay đổi không khí, và để bớt đi cảm giác mặc cảm rằng mình đang "ăn bám". Khi tôi bày tỏ ý định đi làm với mẹ, lập tức bị phản đối.

"Con đi sớm về khuya mà bỏ bê rồi cháu ốm ra đấy thì quá tội." Giọng mẹ trở lên gay gắt. "Không khéo lại một tiền gà ba tiền thuốc!"

Tôi thấy mẹ nói cũng đúng. Sau sinh sức khỏe tôi suy giảm hẳn đi. Mỗi lần con ốm là y như rằng tôi cũng ốm theo. Những lúc soi mình trong gương, tôi thấy một bà mẹ xơ xác với đôi mắt thâm quầng, làn da xanh xao, khuôn mặt hốc hác. Tôi không dám tin đó chính là mình nữa! Dẫu vậy, ngọn lửa khao khát được làm một điều gì đó cho bản thân vẫn âm ỉ cháy, như đống than hồng chờ ngày bùng phát.

Đến ngày 01/03/2024 tôi vào Zoom tham gia meeting của VITA Toastmasters và thấy trầm trồ ấn tượng với những bài nói được trình bày. Tôi thầm nghĩ, *"Ước gì mình cũng trình bày cuốn hút như các anh chị ở đây."*

Trong khung chat có một đường link đăng ký phỏng vấn, tôi nhấp vào, đọc kỹ từng từ, từng chữ và vẫn ngần ngừ vì khoảng thời gian đó tôi thường chuẩn bị cho con ngủ hoặc chơi với con. Tôi cứ nhấp vào đọc rồi lại thở dài đi ra, không dám quyết định.

Bốn ngày sau, tôi đem chia sẻ băn khoăn rằng mình khó tham gia VITA được với anh Fususu. Anh động viên: "Em cứ xếp thời gian tham gia. Lúc nói mình có thể nhờ ai đó trông con cho một xíu. Em cứ tham gia đi, mọi thứ rồi sẽ ổn."

Tôi vẫn do dự vì mức phí tham gia cũng là một khoản kha khá với tình hình tài chính của tôi khi đó. Tôi thầm nghĩ, *"hay mình cứ đăng ký phỏng vấn đi, rồi hỏi xem có thể chia nhỏ phí ra đóng hay không? Nếu không được thì coi như mình không có duyên với Vita và Toastmasters rồi, ít nhất cũng đỡ áy náy."* Vậy nên lần này nhấp vào link tôi điền đầy đủ thông tin đăng ký rồi hồi hộp chờ đến ngày phỏng vấn.

Rồi ngày ấy cũng đến.

Ngày 18/03/2024 chị Giang Rita kết bạn và hẹn lịch phỏng vấn ngay 16h chiều cùng ngày. Cuộc trò chuyện diễn ra trong không khí cởi mở, vui vẻ, tôi trình bày hoàn cảnh hiện tại và nguyện vọng của mình và được đồng ý chia hai kỳ đóng phí. Tôi đã vỡ oà trong niềm vui và từ đây tôi bắt đầu một con đường mới với thật nhiều cung bậc cảm xúc.

Bạn thấy gì từ câu chuyện của tôi?

Tôi nhận thấy chính khát khao cháy bỏng muốn làm một điều gì đó cho bản thân đã thôi thúc tôi chủ động tìm kiếm sự trợ giúp từ bên ngoài.

Bạn thân mến, khi bạn nhận ra được vấn đề của mình, hãy chủ động mở lòng tìm kiếm giải pháp thay đổi. Tôi tin rằng giải pháp luôn có sẵn ở đó, giống như cánh cửa, chỉ cần bạn gõ là cửa sẽ mở.

Bí quyết #3 Lộ trình rõ ràng, đích đến dễ dàng

Ngày Quốc Tế Hạnh Phúc 20/03/2024 tôi chính thức trở thành thành viên của VITA Toastmasters và bắt đầu hành trình mới tại Toastmasters International.

"Đã qua vòng gửi xe và trở thành thành viên rồi. Không biết tiếp theo mình sẽ phải làm gì, học như thế nào, thực hành ra sao nhỉ?" Thắc mắc đó của tôi đã dần dần được tháo gỡ và giải quyết khi tôi được chia sẻ tài liệu hướng dẫn các vai trò luân phiên trong một buổi sinh hoạt chính thức, hướng dẫn lựa chọn lộ trình học tập từ câu lạc bộ.

Ngày 29/03/2024 tôi *ra mắt* câu lạc bộ trong vai trò Người đếm từ thừa (Ah-counter) chuyên đếm những từ "à, ờ, thì là…" khi nói.

Thú thực lúc đó tôi thấy run lắm, lúc phát biểu đầu giờ tôi nói mà như đọc, giờ xem lại clip đó tôi thấy bật cười, không nghĩ rằng mình lại nói năng ngượng nghịu như thế.

Tôi tập trung hết khả năng lắng nghe, nhặt nhạnh, ghi chép từng từ thừa như cách người ta đãi vàng trong cát vậy.

Hơn 2h trôi qua, *"Giỏ vàng"* của tôi đã khá nặng, và đến lượt mình nói tôi cũng trình bày được lỗi từ thừa của mọi người, "chỉ thấy tiếng không thấy hình", xong việc tôi thở phào nhẹ nhõm và thấy rằng mọi thứ cũng không quá khó, bước đầu tôi đã làm quen được với một kỹ năng mới - tập trung lắng nghe chủ động. Đến cuối chương trình, khi được hỏi về cảm nhận, tôi vẫn nói và vẫn "à, ừm" như thói quen.

Những buổi sinh hoạt tiếp theo vì chưa đăng ký được suất nói nên tôi tiếp tục thực hiện vai trò người đếm từ thừa và sau 4 lần thực hiện liên tiếp tôi đã trở thành *"Chuyên gia"* khi biến bài nói giới thiệu về vai trò và bài báo cáo kết quả đó thành một bài thuyết trình thú vị. Tôi đã khiến mọi người và chính bản thân mình phải trầm trồ vì sự khác biệt của chính mình.

Sau này khi nhìn lại những video mình quay, tôi tự mình phát hiện ra những từ thừa, lần quay sau đó tôi đã để ý hơn và tránh sử dụng để có những video chất lượng nhất.

Ngoài Ah-counter còn rất nhiều vị trí luân phiên khác như:

- Ngữ pháp viên (grammarian) chuyên canh lỗi ngữ pháp, ghi nhận những câu nói hay.
- Cảnh sát thời gian (timer) người kiểm soát thời gian cho các bài nói.
- TOD (toastmaster of the day) người dẫn chương trình.
- TTM (table topic master) người điều phối phản ứng nhanh.
- TTE (table topic evaluator) người đánh giá phần phản ứng nhanh.
- ZM (Zoom Master): người phụ trách Zoom.
- GE (General Evaluator) người đánh giá tổng quan: đánh giá toàn bộ cuộc họp.
- Speaker: người nói.

- Evaluator: đánh giá viên.

Tôi sẽ dần thử thách bản thân ở tất cả các vai trò ở cả ngôn ngữ tiếng Việt và Tiếng Anh.

Ở Toastmasters có một di sản đã tồn tại hơn 100 năm, đó là 11 lộ trình rèn luyện (pathways). 11 chương trình học tập có tính ứng dụng trong cuộc sống rất cao. Mỗi lộ trình như vậy gồm 5 cấp độ từ đơn giản đến phức tạp. Mỗi cấp độ gồm các dự án nhỏ giúp bạn học tập và rèn luyện một kỹ năng cụ thể. Tất cả được thiết kế bài bản cho mục đích riêng biệt của bạn: bạn muốn nâng cao khả năng thuyết trình hay phát triển kỹ năng lãnh đạo?

Hiện tại tôi cần cải thiện khả năng giao tiếp nên tôi chọn lộ trình rèn luyện Làm chủ bài thuyết trình (Presentation Mastery).

Cấp độ 1 gồm 4 dự án:

1- Phá băng: giới thiệu bản thân với câu lạc bộ, mục đích khi tham gia vào Toastmaster.

2- Viết một bài nói có mục đích: sau đó thuyết trình để truyền tải mục đích và thông điệp đó tới khán giả.

3- Sử dụng đa dạng ngôn ngữ cơ thể, giọng nói.

4- Phản hồi và đánh giá.

Sau mỗi bài nói bạn sẽ nhận được phản hồi, đánh giá xem bạn đã làm tốt ở điểm nào, còn có điểm nào cần cải thiện để tốt hơn. Bạn ghi nhận những phản hồi đó và cải tiến bài nói để trình bày ngày càng cuốn hút, đốn tim khán giả hơn.

Tôi tận dụng từng cơ hội trình bày cả trong và ngoài câu lạc bộ; chủ động nhận các vai trò luân phiên; nỗ lực không ngừng nghỉ "vượt chướng ngại vật" khi tham gia gần như không bỏ sót một buổi sinh hoạt nào; ghi nhận phản hồi tích cực; áp dụng ngay những phản hồi vào cải tiến bài nói; hăng say học tập và rèn luyện theo Pathway.

Có lẽ nhờ sự "tranh giành quyết liệt" đó nên tôi đã hoàn thành cấp độ 1 trong thời gian gần 3 tháng.

Và 03 lần dành đạt giải bài thuyết trình ngẫu hứng được yêu thích nhất.

Có thể bạn sẽ thắc mắc "Mới hoàn thành 1 cấp độ mà đã viết sách, như thế có tự kiêu quá không?"

Tôi kể thành tích không phải để khoe, vì thực sự nó quá bé nhỏ khi so sánh với với những thành viên kỳ cựu. Tôi viết ra để bạn nhìn thấy rõ xuất phát điểm của tôi cũng như sự khác biệt *vượt trội* giữa "tôi của hiện tại" với *"Tôi của ngày hôm qua"* bạn ạ! Chỉ cần điều nhỏ xíu ấy thôi cũng khiến tôi vui cả ngày rồi! Hơn hết đó là sự ghi nhận cho những nỗ lực vượt khó của mình, nỗ lực để tốt hơn 1% so với ngày hôm qua.

Điều quan trọng là, tôi vẫn đang trên hành trình hoàn thiện chính mình, cuốn sách nhỏ này chính là một món quà tôi muốn gửi đến bạn, mong rằng nó sẽ là bước khởi đầu cho cả quãng đường dài phía trước của chúng ta.

Suy cho cùng, người bạn muốn vượt qua nhất vẫn luôn là chính mình. Cảm giác hài lòng khi bản thân hoàn thiện hơn mỗi ngày là một cảm giác hạnh phúc trọn vẹn và đủ đầy! Tôi tặng bạn bài thơ ngắn do tôi sáng tác để chúng ta cùng cố gắng:

"Khi ánh nắng cuối ngày chợt tắt,

Ta hài lòng về những việc đã qua.

Dù ta chưa giỏi bằng ai,

Nhưng ta cố gắng vượt lên chính mình.

Hơn thua không phải với người,

Hôm nay mình phải hơn mình hôm qua."

Bí quyết #4 Chép lại để thấy, ghi nhớ để hay

"You can't see what you can't see."

Bạn không thể nhìn được những thứ không thể nhìn được.

Trong hành trình phát triển kỹ năng, sẽ luôn có những điểm mù mà ta không thể nhìn thấy được. Đố bạn có thể tự nhìn thấy gáy của mình đấy?

Điều đó là bất khả thi phải không nào?

Thế nên chúng ta luôn cần những phản hồi của người khác để nhận diện những "điểm không thể nhìn thấy" này.

Nếu Pathways là xương sống thì "Đánh giá" (evaluation) chính là trái tim của Toastmasters.

Sau mỗi bài nói hoặc làm các vai trò luân phiên bạn đều nhận được đánh giá. Những lời nhận xét chân thành và tinh tế không chỉ giúp bạn nhìn rõ hơn về điểm mạnh và yếu của mình, mà còn là cơ hội để mài dũa bản thân, hoàn thiện mỗi ngày.

Ghi chép là chìa khóa giúp bạn "thấy" những điều mình chưa thấy, mở ra cánh cửa dẫn đến sự hoàn thiện. Để tối đa hóa giá trị của những phản hồi quý giá này, tôi đã áp dụng thói quen ghi chép mỗi khi nhận được đánh giá.

Trong mỗi buổi sinh hoạt, tôi sẽ chăm chú lắng nghe và ghi nhanh vào vở những lời vàng thước ngọc đó. Chỗ nào chưa ghi kịp tôi sẽ xem lại bản record và viết đầy đủ để sau này có thể xem lại bất cứ lúc nào. Những trang viết này đối với tôi thực sự còn hơn cả một kho báu lưu giữ thông tin. Bởi vì nó chính là chiếc gương phản chiếu giúp tôi nhìn thấu chính mình. Nhờ vậy, tôi không chỉ biết mình có đang kết nối tốt với khán giả hay không, mà còn phát triển kỹ năng một cách có hệ thống và bền vững.

Đây chính là cách tôi đã áp dụng thói quen ghi chép này để cải thiện vai trò Ah-counter (người đếm từ thừa) trở thành một bài nói sinh động khiến người nghe ngạc nhiên.

Cụ thể đây là phản hồi tôi đã nhận được và cách tôi áp dụng.

Lần 1 tôi chỉ đơn thuần đếm từ thừa, khi báo cáo vẫn còn ầm ờ và nhận được phản hồi: "Bạn đã rất chăm chỉ đếm từ thừa, điều này giúp ích cho diễn giả. Bạn có thể làm mẫu khi báo cáo bằng cách kiểm soát à - ừm - ừ của bản thân."

Phản hồi trên giống như chiếc kính lúp giúp tôi nhận ra thói quen không tốt mà trước đây không để ý.

Bình thường theo thói quen khi cần suy nghĩ tôi thường "à, ừ" để lấp vào khoảng trống trong tư duy, sau này những lúc đó tôi thường ngưng lại một vài giây thay vì nói "à, ừ". Tôi tập trung vào việc loại bỏ từ thừa bằng cách luyện tập nói chậm hơn và có chủ đích.

Sau khi áp dụng vào cải thiện bài nói, lần 2 phản hồi tôi nhận được là: "Hôm nay bạn đã tiến bộ hơn lần trước rất nhiều khi hạn chế được à ừ của bản thân. Bạn có thể thử thách bản thân bằng cách học cách biến bài báo cáo của mình thành một bài thuyết trình ngắn thật sinh động."

Lần 3: "Hôm nay bài báo cáo của bạn đã được cải thiện hơn rất nhiều. Bạn đã làm khán giả rất háo hức phần mở đầu khi nói "tôi sẽ gợi ý một vài cách để khắc phục" nhưng đến cuối tôi lại không thấy bạn đề cập đến phần này, lần sau bạn chú ý hơn nhé!"

Tôi đã học được cách gieo xuống những hạt giống phản hồi và nuôi dưỡng chúng bằng sự sáng tạo của riêng mình; cố gắng cải thiện từng điều rất nhỏ để ngày một hoàn thiện hơn. Trong lần 4 tôi đã biến bài báo cáo của mình trở thành một bài thuyết trình cuốn hút và nhận về phản hồi: "Wow, hôm nay tôi thật sự rất ngạc nhiên vì bạn đã làm rất tốt, bạn tiếp tục phát huy!"

Ngoài ra, trong một lần tham gia sinh hoạt tại EVO, tôi đã được mở rộng tầm mắt, bị ấn tượng bởi một bài rap tuyệt vời của bạn Ah-counter. Bạn ấy đã khuấy động toàn bộ phòng Zoom khiến mọi người đứng lên ngồi xuống không yên. Lúc đó tôi trầm trồ trong đầu "Wow, *quá ngạc nhiên và bất ngờ, trong tương lai mình cũng sẽ làm được điều tuyệt vời tương tự như thế!"*

Ngày 24/08/2024 tôi tình cờ xem được một clip phỏng vấn DTM. Hiếu Phùng, anh nhấn mạnh rằng khi làm Ah-counter lâu năm bạn sẽ cảm nhận được rằng người đó đang nói ừ à theo vô thức hay cố dụng ý sử dụng nó. Wow! Tôi lại được khai sáng thêm một lần nữa.

Ngoài ra, vai trò này còn được mở rộng ra cả sang ngôn ngữ cơ thể như: người nói có những cử chỉ nào thừa không, giọng điệu có thể hiện đúng cảm xúc không? Đúng là, càng học tôi càng biết thêm nhiều điều sâu sắc và bổ ích.

Kết hợp giữa tự đánh giá và phản hồi từ người khác, bạn sẽ có cái nhìn toàn diện. Hãy để mỗi lần tự soi mình là một cơ hội để kiểm chứng những gì người khác nhìn thấy. Sự kết hợp này giống như việc bạn đứng trước gương hai mặt, thấy rõ cả mặt trước lẫn sau.

Bí quyết #5 Thói quen đan cài, thành công nối dài

Khi đã có trong tay lộ trình rèn luyện cụ thể, hướng dẫn cách thực hiện rõ ràng, có từng mốc để đo lường tiến độ, biết mình cần cải thiện điều gì, thì việc quan trọng bây giờ là thực hành, thực hành, và thực hành.

Tiếng Anh có câu: "Practice makes perfect."

Tạm dịch: Thực hành sẽ tạo nên sự hoàn hảo.

Thói quen bạn có thể luyện tập đó là quay video clip mỗi ngày. Bạn có thể bắt đầu bằng việc dành một khoảng thời gian cố định mỗi ngày để quay video. Cố gắng duy trì khung giờ này, bởi sự đều đặn sẽ giúp thói quen trở thành một phần tự nhiên trong cuộc sống của bạn.

Những video đầu tiên có thể bạn sẽ không biết phải nói gì. Không sao, ai cũng vậy mà. Điều quan trọng là bạn đã dám hành động. Chỉ cần như vậy thôi đã là một bước tiến rồi. Không có gì hoàn hảo ngay từ lần đầu tiên. Hãy cứ bước đi, mọi thứ sẽ dần hoàn hảo trên đường bạn đi.

Bước đầu nếu chưa biết nói gì bạn có thể quay 1 video ngắn tầm 30 giây tập đọc diễn cảm một câu nói hay, một đoạn văn ngắn, một bài thơ, hoặc câu hát. Hãy bắt đầu với bất cứ điều gì khiến bạn cảm thấy thoải mái và hứng thú. Điều này rất quan trọng đấy nhé, bởi vì khi bạn cảm thấy dễ dàng, thoải mái thì hormone dopamine và endorphin sẽ được não tiết ra để khuyến khích bạn làm điều đó nhiều hơn.

Gợi ý: Bạn có thể sử dụng bộ thẻ Hòm kho báu của Fususu; "bốc thẻ" mỗi ngày, đọc và nêu cảm nhận. Hoặc chia sẻ câu chuyện về cuộc sống hàng ngày của bạn: ngày hôm nay của bạn như thế nào? Bạn rút ra được điều gì từ những sự việc đó?

Khi đã quen với việc đứng trước máy quay rồi bạn có thể tăng thời lượng mỗi video lên và tập trung vào một nội dung cụ thể. Đó có thể là một video clip trả lời ngẫu hứng 1 câu hỏi bất kỳ với thời lượng giới hạn trong 1p, 1p30s, 2p30s, rồi dần tăng lên 5p, 6p, 7p30s.

Hãy tập trung vào việc cải thiện từng bước nhỏ mỗi ngày, theo nguyên tắc "1% tốt hơn mỗi ngày" từ cuốn *Atomic Habits* của James Clear. Đừng quá áp lực phải hoàn hảo ngay từ đầu. Mỗi video là một cơ hội để bạn học hỏi và điều chỉnh, chỉ cần tiến bộ một chút mỗi ngày nghĩa là bạn đang đi đúng hướng.

Đừng ngại chia sẻ các video của bạn với bạn bè hoặc trong nhóm CLB để nhận phản hồi. Những góp ý và nhận xét từ người khác sẽ giúp bạn nhận ra những điểm cần cải thiện mà bạn không nhìn thấy. Đây là cách tuyệt vời để phát triển nhanh hơn thông qua thói quen luyện tập hàng ngày.

Hãy ghi lại số lượng video bạn đã quay cùng với những cảm nhận sau mỗi buổi tập. Việc theo dõi tiến độ sẽ tạo động lực lớn để bạn tiếp tục. Bạn sẽ thấy rõ ràng sự cải thiện qua từng ngày, và điều đó sẽ giúp bạn kiên trì với thói quen này lâu dài.

Mẹo nhỏ: bạn có thể sử dụng một file excel ghi ngày tháng và số giây mình đã quay video, mỗi ngày "check-in" đã quay video và "check-out" số giây mình đã thực hiện. Cứ làm điều đặn bạn sẽ thấy trong mình có một niềm cảm hứng để việc quay video là lúc bạn trở về với chính mình, *"một khoảng thời gian chất lượng bạn dành cho chính mình"*. Hãy tích lũy từng phút, đảm bảo bạn sẽ tiến bộ vun vút. Đến ngày cuối tuần nhìn vào tổng số video và số phút đã thực hiện, chắc chắn bạn sẽ kinh ngạc về những gì mình đã làm được trong tuần qua đấy!

Hãy quét mã QR cuối sách để nhận file theo dõi trực tuyến này nhé.

Ngoài ra, bạn có thể kết hợp việc quay video với các thói quen khác để tạo thành một chuỗi hành động cụ thể. Ví dụ, sau khi đọc một cuốn sách hay hoặc nghe một podcast, bạn có thể ngay lập tức quay video chia sẻ những điều bạn đã học được. Việc liên kết các thói quen với nhau sẽ giúp bạn dễ dàng duy trì cả hai thói quen cùng lúc.

Câu chuyện tôi đã thực hiện thói quen trên như thế nào?

Chỉ vì 1 giây ham vui vì thấy có nhiều bạn ở VITA tham gia thử thách mà tôi lỡ click "tham gia" vào nhóm "30 ngày đăng video ngắn".

Nội quy nhóm:

"1. Mỗi ngày bạn đăng một clip

2. Khi thấy ai đó trong nhóm đăng clip thì lên comment cho mọi người

3. Bạn sẽ được mời rời khỏi nhóm nếu:

Trong vòng 3 ngày bạn không đăng clip nào

Trong vòng 7 ngày bạn không comment/like clip của ai khác."

Vừa vào nhóm đọc nội quy tôi đã định rời nhóm luôn vì nghĩ *"hay mình tự rời nhóm cho đỡ bị quê vì bị đuổi"*, nhưng rồi tôi nghĩ lại: *"Thôi, mình đã lỡ click tham gia rồi thì cố gắng làm tới cùng vậy, cứ thử một lần vậy."*

Thêm vào đó ngày nào tôi cũng nhận được câu hỏi: "Hôm nay bạn đã đăng video clip chưa?" Đọc xong tôi cảm thấy nhột vô cùng. Sau đó lại thấy anh chị em ra clip ầm ầm làm tôi cảm thấy mình phải hành động, phải quay video ngay thôi. Đều đặn mỗi ngày.

Nhiều hôm đi ngủ rồi chợt nhớ ra hôm nay mình chưa đăng video nên tôi lật đật trở dậy quay video đăng vào nhóm xong mới yên tâm đi ngủ.

Và bạn biết không, đến ngày tổng kết, nhìn vào kết quả tôi đã giật mình... Tôi là người chăm chỉ đăng clip nhất, có số ngày vắng ít nhất. Đối với tôi, đây thật sự là một món quà khích lệ, động viên tinh thần rất lớn.

Cũng nhờ thường xuyên đăng video mà tôi nhận được rất nhiều góp ý về cách nói, cách để chữ trên video, ngôn ngữ cơ thể, ... để những video tiếp theo chất lượng hơn cả về nội dung và hình thức thể hiện. Đúng là một mũi tên trúng 3 con chim.

Qua câu chuyện trên tôi nhận ra một điều rằng: Thực hành mỗi ngày sẽ giúp bạn tiến bộ rất nhanh. Và khi bạn đã bắt đầu quay video clip đầu tiên rồi thì sẽ rất dễ để có đà để tiếp tục và thói quen sẽ mau chóng hình thành.

Chào mừng người bạn mới

Lời cảm ơn độc giả

Cảm ơn bạn vì đã lựa chọn cuốn sách, và đặc biệt là đã đọc tới đây...

Tôi biết rằng bạn đã sẵn sàng bước ra khỏi quá khứ đau khổ để chào đón "một tôi mới" - tin tưởng vào bản thân, chủ động thay đổi, hành động quyết liệt để đạt được những điều tốt đẹp nhất.

TỰ TIN không đến từ bên ngoài mà đến từ bên trong, nghĩa là **"tự mình tin vào chính mình"**, tin rằng mình có thể làm được. Tin rằng bạn xứng đáng với những gì tốt đẹp nhất và chủ động hành động để đạt được điều đó.

Trước khi chia tay với một món quà cảm hứng, hãy cùng tổng kết lại...

Cùng tổng kết

Chúng ta có thể đã thảo luận rất nhiều, song đây những điều mà tôi muốn gửi gắm tới bạn qua cuốn sách này...

- **Tin vào chính mình:** Chúng ta thường bị nỗi sợ lấn át đến mức không dám thể hiện bản thân. Để khắc phục điều này chúng ta hãy dũng cảm nhìn nhận lại bản thân, đối diện với nỗi sợ. Điều này sẽ giúp bạn xây dựng cho mình một niềm tin lớn nhất: **"TÔI TIN TƯỞNG CHÍNH MÌNH".**

- **Chủ động chọn điều mình muốn**, tìm kiếm những cơ hội để thay đổi hoàn cảnh và hành động để mở đường cho những cơ hội mới đến với mình. Sẽ luôn có con đường mở rộng với cánh cửa rộng mở ở cuối con đường tượng trưng cho những cơ hội đang chờ đón khi bạn quyết định hành động.

- **Lộ trình rõ ràng, đích đến dễ dàng:** Tham gia thực hành ở Toastmasters theo pathways và các vai trò luân phiên sẽ giúp bạn phát triển toàn diện các kỹ năng cần thiết cho cuộc sống như: quản lý thời gian, nói có mục đích, viết có cấu trúc, sắp xếp bố cục bài nói, nhìn nhận đánh giá tổng quát,...

- **Ghi chép để thấy, nhìn lại để hay**: Nhật ký phản hồi như một chiếc kính lúp, phóng đại những điều mắt thường không thấy, soi sáng con đường tiến bộ.

- **Thói quen đan cài, thành công nối dài**: kiên nhẫn và đều đặn tạo dựng cho bản thân thói quen quay và đăng video clip ngắn mỗi ngày. Khi bạn kiên trì, từng chút một, thói quen sẽ trở nên bền vững theo thời gian.

Gợi ý hành động

Chỉ có hành động mới tạo ra kết quả, nếu bạn muốn

- **Trình bày một vấn đề rõ ràng**, mạch lạc, logic, hiểu rõ quan điểm của người khác, và đưa ra giải pháp hợp lý, từ đó giảm thiểu xung đột và căng thẳng.

- **Dễ dàng kết nối với nhiều người**, mở rộng mạng lưới quan hệ xã hội và nghề nghiệp, từ đó tăng cơ hội hợp tác và phát triển.

- **Để lại ấn tượng tích cực với người khác**, xây dựng uy tín và lòng tin trong cả môi trường cá nhân và công việc.

- **Nói chuyện có duyên**, thoải mái trình bày ý kiến của mình, cuốn hút người nghe từ lúc bạn mở miệng đến khi nói xong mà người nghe vẫn muốn nghe tiếp.

Thì đây là điều đơn giản, bạn có thể làm ngay bây giờ là... **Đứng dậy, bật camera và quay một video clip ngắn 30s.**

Đúng vậy, chỉ cần một hành động nhỏ bé, đơn giản như vậy thôi.

Câu chuyện cảm hứng

Trong một hang động tăm tối, có một viên đá tên là Tanchi có màu đen nhánh, xù xì, gầy ốm, với những đường nét thô kệch, không có vẻ gì quyến rũ. Nó luôn cảm thấy tự ti về bản thân và thường xuyên bị những viên đá khác bắt nạt.

Vẻ ngoài ốm yếu khiến Tanchi đối xử tệ hại với chính mình, ăn uống nghỉ ngơi không theo giờ giấc nào. Càng ngày nó càng thấy tuyệt vọng.

Một ngày nọ, trong lúc đang buồn bã, một chú bướm tên là Tối bay qua. "Chào bạn, sao nhìn bạn buồn vậy?" Tối hỏi với sự quan tâm.

"Tôi là một kẻ vô giá trị, luôn bị bắt nạt." Tanchi đáp, nước mắt lăn trên má.

"Bạn có biết rằng bên trong bạn có thể có điều kỳ diệu không?" Tối nói, ánh mắt tràn đầy hy vọng. "Hãy yêu thương bản thân, dũng cảm bước ra khỏi quá khứ và tìm kiếm ánh sáng, bạn sẽ tỏa sáng theo cách riêng của mình đấy!"

"Nhưng tôi không biết phải làm gì," Tanchi thở dài, đôi mắt đượm buồn. "Không ai có thể yêu một kẻ dặt dẹo như tôi."

"Nghe này, Tanchi. Hãy mở lòng, bước ra ngoài và bạn sẽ thấy những điều tốt đẹp." Tối khuyến khích.

Với sự động viên từ Tối, Tanchi quyết định rời khỏi hang động. Khi bước ra ngoài, nó bị choáng ngợp bởi vẻ đẹp của thế giới xung quanh.

Đó là cánh đồng hoa đầy màu sắc trải rộng dưới ánh nắng, sống động như một bức tranh. Hương thơm ngọt ngào hoà quyện mang đến cảm giác tươi mới và căng tràn sức sống.

Tiếng chim hót líu lo tạo nên một bản nhạc sống động, vui tươi như đang chúc mừng sự hiện diện của Tanchi ở đây. "Chúng tôi ở đây, hãy cùng hòa mình vào vẻ đẹp này!" tiếng một chú chim nhỏ cất lên, khiến Tanchi cảm thấy vô cùng hứng khởi.

Tanchi không thể tin vào mắt và tai mình. Ngắm nhìn vẻ đẹp xung quanh, Tanchi thốt lên đầy phấn khích: "Ôi, thì ra bao lâu nay mình đã lãng phí thời gian vào những điều tiêu cực mà quên mất thế giới đẹp đẽ bên ngoài! Tại sao mình không nhìn thấy điều này trước đây?"

Nó cảm thấy lòng mình như được giải thoát, tràn đầy hy vọng. "Mỗi *bông hoa đều đặc biệt và có vẻ đẹp rất riêng. Chắc mình cũng vậy!"* Tanchi tự nhủ, ánh mắt lấp lánh.

Tanchi tiếp tục đi. Nó thấy trong lòng háo hức rộn ràng. Ở giữa cánh đồng, Tanchi nhìn thấy một ngôi nhà nhỏ mang tên VITA, bao quanh bởi những bông hoa rực rỡ, tỏa ra ánh sáng ấm áp và vui vẻ, như một vòng tay chào đón nó đến với thế giới của tình bạn và sự khích lệ.

Tanchi bước vào ngôi nhà và cảm nhận được bầu không khí thân thiện, cởi mở thân tình. Những viên đá khác ở đó, mỗi viên đều là một câu chuyện kỳ diệu, luôn động viên và nâng đỡ nhau. "Tôi tin tưởng bạn có thể phát huy hết khả năng của mình!" một viên đá màu xanh lam nói.

Từ đó, Tanchi được bao quanh bởi những người bạn mới. Họ cùng nhau chia sẻ những câu chuyện, kinh nghiệm và những bài học quý giá. Họ khuyến khích Tanchi thử sức với những điều mới mẻ và khám phá sức mạnh bên trong. "Hãy tin vào bản thân và không ngừng tiến về phía trước!" một viên đá hồng nói.

Với sự hỗ trợ từ những viên đá khác, Tanchi học cách yêu thương bản thân mình. Dần dần, khí chất riêng của nó bắt đầu lấp lánh. Tanchi tỏa ra ánh màu đen huyền bí nổi bật giữa ánh nắng. Một vẻ đẹp độc đáo và duy nhất!

Tanchi nhận ra rằng chính những nỗi đau và sự tự ti đã làm cho nó trở nên mạnh mẽ hơn. Nó đã tỏa sáng theo cách riêng của mình, và VITA đã giúp Tanchi tìm thấy khí chất bên trong.

Bạn học được điều gì từ câu chuyện?

Còn tôi nhận ra rằng: Đừng để sự tự ti và những nỗi đau trong quá khứ kìm hãm bạn. Hãy dũng cảm bước ra ánh sáng và khám phá sức mạnh bên trong bản thân, vì bạn có thể trở thành một điều kỳ diệu, đẹp theo cách riêng của mình. Và hãy nhớ, có những người luôn sẵn sàng hỗ trợ bạn trên hành trình này.

Món quà tặng bạn

Đọc tới đây, tôi biết bạn đã có thêm nguồn cảm hứng để bắt đầu hành trình rèn luyện gia tăng sự tự tin cho bản thân. Tuy nhiên, hành trình đó không chỉ toàn trải thảm đỏ thắm, lấp lánh ánh sáng và những ánh mắt nhìn bạn đầy ngưỡng mộ mà phía trước còn rất nhiều chông gai, ví dụ như:

- Làm sao để tận dụng tối ưu thời gian tham gia sinh hoạt cùng câu lạc bộ?
- Làm sao để tự học được pathways nếu trình độ tiếng Anh và vi tính ở mức hạn chế?
- Làm sao để áp dụng những điều đã học được từ pathways vào cuộc sống?

Vì thế mà tôi đang viết một cuốn sách lớn hơn, chia sẻ nhiều góc cạnh của vấn đề sâu hơn nữa. Bạn hãy quét mã QR ở dưới để kết nối với tôi, theo dõi thông tin và nhận những món quà đặc biệt nhé.

- **Thông tin sớm nhất về ebook tiếp theo:** Bạn sẽ là một trong những người đầu tiên biết về cuốn sách "Dám Tỏa Sáng" phiên bản đầy đủ, bật mí nhiều bí quyết "độc quyền" và câu chuyện hấp dẫn hơn nữa. Đừng bỏ lỡ cơ hội "nâng cấp" hành trình tự tin tỏa sáng của bạn lên một tầm cao mới!

- **Video clip phá băng** của tôi và nhận xét đầy đủ của người đánh giá.

- **Video clip các vai trò luân phiên** tôi đã thực hiện để bạn thấy rõ cách làm và quá trình biến chuyển của tôi.

- **Nhóm Zalo tham gia thử thách 30 ngày** đăng clip ngắn với sự chỉ dẫn, động viên hàng ngày từ tôi và những người bạn cùng chung chí hướng.

- **Link theo dõi** check-in check-out tạo cảm hứng mỗi ngày.

- **Cơ hội luyện tập cùng tôi nếu mình có duyên:** Rất có thể, chúng ta sẽ cùng nhau chinh phục hành trình từ tự ti đến tự tin đầy cảm hứng và cùng chia sẻ những trải nghiệm, câu chuyện thú vị.

Tái bút: Hoặc bạn cũng có thể gửi ý kiến, chia sẻ câu chuyện chia sẻ cá nhân của bạn về địa chỉ email: tacgia@hienhapu.com

Tôi rất mong chờ được lắng nghe câu chuyện của bạn cũng như một review 5 sao cho cuốn sách này để giúp tôi có cảm hứng viết tiếp.

Chín bút: Hẹn gặp lại bạn trong phiên bản tự tin hơn của chính mình.

Yêu thương gửi đến bạn,

Hiền Hapu,

Nguyễn Thị Hiền.